**Đề tặng hai con Koben và Zuni.
Hai con là động viên để mẹ tiếp tục viết sách!**

Dedicated to my children Koben and Zuni.
You two are the encouragement for me to continue writing!

một
(one)

một con heo

(one pig)

hai
(two)

hai con bò
(two cows)

1   2

ba
(three)

ba con vịt
(three ducks)

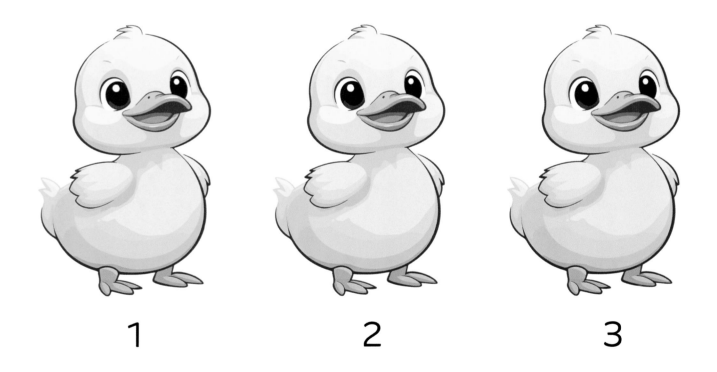

1   2   3

bốn
(four)

bốn con gà mái

(four hens)

1

2

3

4

năm
(five)

năm con gà trống

(five roosters)

1

2

3

4

5

sáu
(six)

sáu con ngựa
(six horses)

bảy

(seven)

bảy con dê
(seven goats)

tám
(eight)

tám con cừu

(eight sheeps)

1   2   3   4

5   6   7   8

chín
(nine)

chín con chó
(nine dogs)

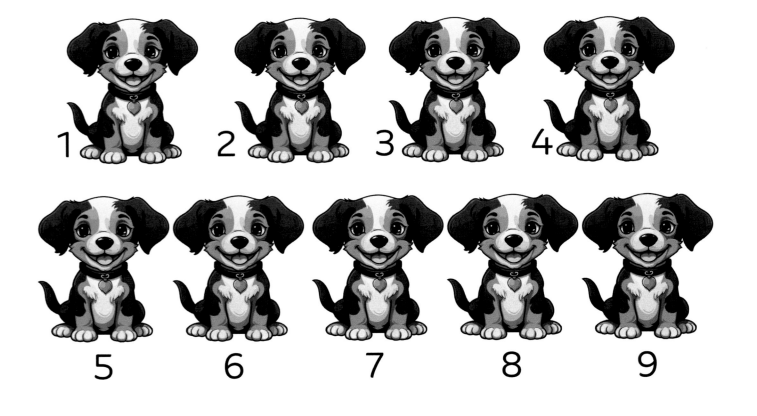

mười
(ten)

mười con mèo

(ten cats)

phiên bảng đặc biệt

(special edition)

phụ âm ghi bằng 2 chữ cái
(2-letters consonants)

ch

con **ch**ó
(dog)

kh

con **kh**ỉ
(monkey)

nh

con **nh**ện
(spider)

th

con **th**ỏ
(rabbit)

phụ âm ghi bằng 2 chữ cái
(2-letters consonants)

ph

cái **ph**ao

(floaty)

qu

quả **qu**ít

(tangerine)

gi

đôi **gi**ày

(shoes)

tr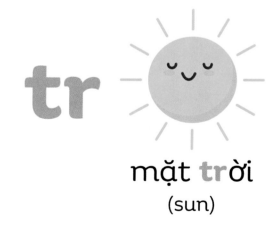

mặt **tr**ời

(sun)

phụ âm ghi bằng 2-3 chữ cái
(2-3 letters consonants)

gh

cái **ghế**
(chair)

ng

bắp **ng**ô
(corn)

ngh

củ **ngh**ệ
(tumeric)

các dấu thanh tiếng việt

(Vietnamese accents)

sắc   huyền   hỏi   ngã   nặng

Giỏi Quá!

(Great Job!)

Made in the USA
Las Vegas, NV
24 January 2024

84822467R00017